When I Am Gloomy
Khi con thấy buồn

Sam Sagolski
Illustrated by Daria Smyslova

www.kidkiddos.com
Copyright ©2025 by KidKiddos Books Ltd.
support@kidkiddos.com

All rights reserved. No part of this book may be reproduced in any form or by any electronic or mechanical means, including information storage and retrieval systems, without written permission from the publisher, except in the case of a reviewer, who may quote brief passages embodied in critical articles or in a review.
First edition, 2025

Translated from English by Trang Nguyen
Chuyển ngữ từ bản tiếng Anh bởi Nguyễn Trang

Library and Archives Canada Cataloguing in Publication
When I Am Gloomy (English Vietnamese Bilingual edition)/Shelley Admont
ISBN: 978-1-0497-0176-9 paperback
ISBN: 978-1-0497-0177-6 hardcover
ISBN: 978-1-0497-0178-3 eBook

Please note that the English and Vietnamese versions of the story have been written to be as close as possible. However, in some cases they differ in order to accommodate nuances and fluidity of each language.

One cloudy morning, I woke up feeling gloomy.
Một buổi sáng trời âm u, tớ thức giấc và cảm thấy thật buồn.

I got out of bed, wrapped myself in my favorite blanket, and walked into the living room.
Tớ rời giường, quấn mình trong chiếc chăn yêu thích rồi bước ra phòng khách.

"Mommy!" I called. "I'm in a bad mood."
"Mẹ ơi!" Tớ gọi. "Con thấy tâm trạng tệ quá."

Mom looked up from her book. "Bad? Why do you say that, darling?" she asked.
Mẹ ngừng đọc sách và ngẩng đầu lên. Mẹ hỏi: "Con không vui à? Tại sao con lại nói vậy thế con yêu?"

"Look at my face!" I said, pointing to my furrowed brows. Mom smiled gently.
"Mẹ nhìn mặt con nè!" Tớ vừa nói vừa chỉ vào cặp lông mày nhăn tít. Mẹ dịu dàng mỉm cười.

"I don't have a happy face today," I mumbled. "Do you still love me when I'm gloomy?"
"Hôm nay con không có gương mặt vui vẻ," tớ lẩm bẩm. "Mẹ vẫn sẽ yêu con cả khi con buồn bã chứ ạ?"

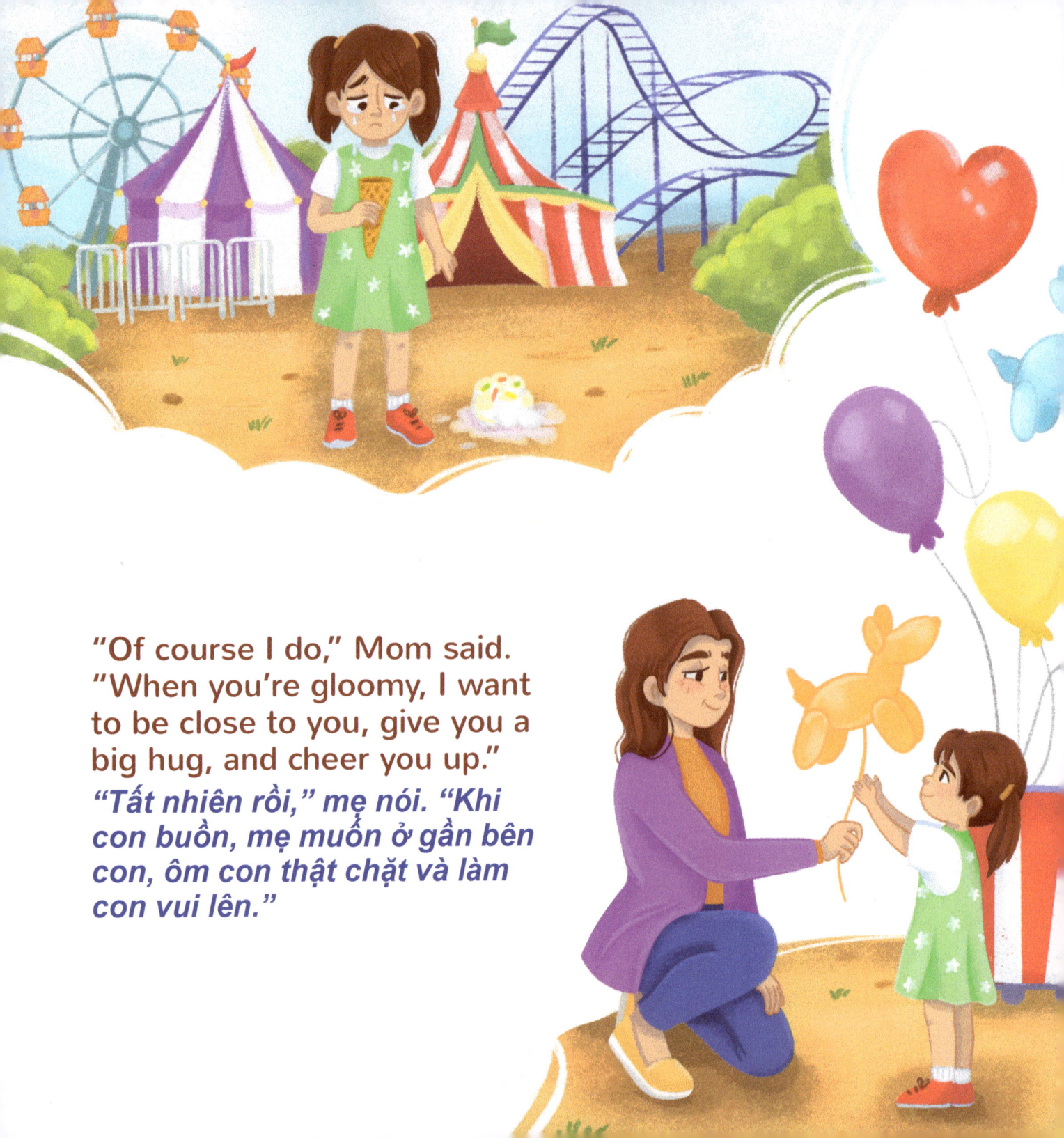

"Of course I do," Mom said. "When you're gloomy, I want to be close to you, give you a big hug, and cheer you up."

"Tất nhiên rồi," mẹ nói. "Khi con buồn, mẹ muốn ở gần bên con, ôm con thật chặt và làm con vui lên."

That made me feel a little better, but only for a second, because then I started thinking about all my other moods.

Điều đó khiến tớ cảm thấy khá hơn một chút, nhưng chỉ trong một giây thôi, vì sau đó tớ bắt đầu nghĩ về những cảm xúc khác của mình.

"So… do you still love me when I'm angry?"
"Thế… mẹ vẫn sẽ yêu con khi con tức giận chứ?"

Mom smiled again. "Of course I do!"
Mẹ lại mỉm cười. "Tất nhiên rồi!"

"Are you sure?" I asked, crossing my arms.
"Mẹ có chắc không ạ?" Tớ khoanh tay và hỏi.

"Even when you're mad, I'm still your mom. And I love you just the same."

"Kể cả những khi con nổi giận, mẹ vẫn là mẹ của con. Và mẹ vẫn yêu con y như vậy."

I took a big breath. "What about when I'm shy?" I whispered.
Tớ hít sâu một hơi rồi thì thầm. "Thế còn khi con xấu hổ thì sao ạ?"

"I love you when you're shy too," she said. "Remember when you hid behind me and didn't want to talk to the new neighbor?"
"Mẹ cũng vẫn yêu con cả khi con xấu hổ," mẹ nói. "Con có nhớ khi con nấp sau mẹ và không muốn trò chuyện với hàng xóm mới không?"

I nodded. I remembered it well.
Tớ gật đầu. Tớ vẫn nhớ rõ chuyện đó.

"And then you said hello and made a new friend. I was so proud of you."

"Và sau đó con đã chào hỏi và có một người bạn mới. Mẹ rất tự hào về con."

"Do you still love me when I ask too many questions?" I continued.

"Mẹ có yêu con khi con hỏi quá nhiều câu hỏi không?" Tớ hỏi tiếp.

"When you ask a lot of questions, like now, I get to watch you learn new things that make you smarter and stronger every day," Mom answered. "And yes, I still love you."

"Khi con hỏi nhiều câu hỏi, giống như bây giờ, mẹ thấy rằng con đang học thêm những điều mới, giúp con thông minh và mạnh mẽ hơn mỗi ngày," mẹ trả lời. "Và có, mẹ vẫn yêu con."

"What if I don't feel like talking at all?" I continued asking.
"Nếu con không muốn nói gì cả thì sao ạ?" Tớ lại hỏi.

"Come here," she said. I climbed into her lap and rested my head on her shoulder.
"Đến đây nào," mẹ nói. Tớ trèo vào lòng mẹ và gục đầu vào vai mẹ.

"When you don't feel like talking and just want to be quiet, you start using your imagination. I love seeing what you create," Mom answered.

"Khi con không muốn nói chuyện và chỉ muốn im lặng, con sẽ bắt đầu sử dụng trí tưởng tượng của mình. Mẹ hạnh phúc khi thấy những gì con sáng tạo ra," mẹ trả lời.

Then she whispered in my ear, "I love you when you're quiet too."

Rồi mẹ thì thầm vào tai tớ, "Mẹ yêu con cả khi con im lặng."

"But do you still love me when I'm afraid?" I asked.

"Nhưng mẹ có còn yêu con khi con sợ hãi không?" Tớ hỏi.

"Always," said Mom. "When you're scared, I help you check that there are no monsters under the bed or in the closet."

"Luôn luôn con à," mẹ nói. "Khi con sợ, mẹ giúp con kiểm tra để chắc rằng không có con quái vật nào dưới gầm giường hay trong tủ quần áo."

She kissed me on the forehead. "You are so brave, my sweetheart."

Mẹ hôn lên trán tớ. "Con rất dũng cảm, con yêu ạ."

"And when you're tired," she added softly, "I cover you with your blanket, bring you your teddy bear, and sing you our special song."

"Và khi con mệt mỏi," mẹ nhẹ nhàng nói tiếp, "Mẹ sẽ đắp chăn cho con, đưa con chú gấu bông và hát cho con nghe bài hát đặc biệt của riêng hai mẹ con mình."

"What if I have too much energy?" I asked, jumping to my feet.

"Còn nếu con có quá nhiều năng lượng thì sao?" Tớ vừa hỏi vừa nhảy lên.

She laughed. "When you're full of energy, we go biking, skip rope, or run around outside together. I love doing all those things with you!"

Mẹ cười. "Khi con tràn đầy năng lượng, mẹ con mình sẽ đạp xe, nhảy dây hoặc chạy ngoài trời cùng nhau. Mẹ thích được làm tất cả những điều đó cùng con!"

"But do you love me when I don't want to eat broccoli?" I stuck out my tongue.

"Nhưng mẹ có còn yêu con khi con không muốn ăn rau súp lơ không?" Tớ lè lưỡi hỏi.

Mom chuckled. "Like that time you slipped your broccoli to Max? He liked it a lot."

Mẹ cười khúc khích. "Giống lần con lén đưa rau súp lơ của con cho Max ấy hả? Cậu chàng thích lắm đấy."

"You saw that?" I asked.
"Mẹ nhìn thấy ạ?" Tớ hỏi.

"Of course I did. And I still love you, even then."
"Tất nhiên là mẹ thấy. Và kể cả thế thì mẹ vẫn yêu con."

I thought for a moment, then asked one last question:
Tớ nghĩ một lúc rồi hỏi câu cuối cùng:

"Mommy, if you love me when I'm gloomy or mad... do you still love me when I'm happy?"
"Mẹ ơi, nếu mẹ yêu con cả khi con buồn và giận... vậy mẹ có yêu con khi con vui vẻ không?"

"Oh, sweetheart," she said, hugging me again, "when you're happy, I'm happy too."
"Ôi, con yêu," mẹ lại ôm tớ và nói, "khi con vui thì mẹ cũng vui."

She kissed me on the forehead and added, "I love you when you're happy just as much as I love you when you're sad, or mad, or shy, or tired."
Mẹ hôn trán tớ và nói thêm, "Khi con vui mẹ yêu con nhiều y như những khi con buồn, tức giận, xấu hổ hay mệt mỏi."

I snuggled close and smiled. "So... you love me all the time?" I asked.
Tớ tiến lại gần và mỉm cười hỏi "Vậy... mẹ yêu con mọi lúc nhỉ?"

"All the time," she said. "Every mood, every day, I love you always."
"Mọi lúc," mẹ nói. "Mọi ngày, mọi tâm trạng, mẹ lúc nào cũng yêu con."

As she spoke, I started feeling something warm in my heart.
Nghe mẹ nói, tớ bắt đầu cảm thấy điều gì đó ấm áp lan tỏa trong trái tim mình.

I looked outside and saw the clouds floating away. The sky was turning blue, and the sun came out.
Tớ nhìn ra ngoài và thấy trời đã quang mây. Bầu trời trong xanh và mặt trời ló rạng.

It looked like it was going to be a beautiful day after all.
Có vẻ sau tất cả, hôm nay lại là một ngày đẹp trời.